சிரித்தது உதட்டுச் சாயம்

குழலி

ஏலேபதிப்பகம்

சிரித்தது உதட்டுச் சாயம் - கவிதை
© குழலி 2022
எழுத்தாளர்: குழலி
இயற்பெயர் : ஜெ. அர்ச்சனா கிருஷ்ணகுமார்
முதல்பதிப்பு: பிப்ரவரி 2022

வெளியீடு:
ஏலேபதிப்பகம்
5/175, பாத்திமாநகர்,
கூத்தென்குழி,
திருநெல்வேலி – 627104
தொடர்புக்கு: 9944992571

கண்ணம்மா

அட்டைப்படம் : ஜெ. அர்ச்சனா கிருஷ்ணகுமார்
ஓவியங்கள் : கண்ணம்மா (இயற்பெயர் : கி.அ. சகானா)

Siriththathuuthattuchsaayam- Poetry
All Copy Rights Reserved By ©Kuzhali 2022
Author: Kuzhali (J.ArchanaKrishnakumar)
First Edition: February 2022
Email : Archanaartistryacademy@gmail.com

Published By:
Aelay Publish
5/175, Fathima nagar,
Kuthenkuly,
Tirunelveli -627104
Phone: 9944992571

Design And Executed by

ISBN : 978-93-5533-331-5
Page : 77

வாழ்த்துரை

சிரித்தது உதட்டுச்சாயம்

வாழ்த்த வயதிருந்தால் யாரும் எவருக்கும் வாழ்த்துரை கூறலாமோ ?

என் சக ஊழியர் திருமதி அர்ச்சனா கிருஷ்ணகுமாரின் கன்னி எழுத்து அரிச்சுவடியை சிலாகித்து ரசித்த உரிமையில் எனது வாழ்த்துரை வழ ங்க விழைந்தேன்.

சிரித்தது உதட்டுச்சாயம் - சில நேரங்களில் எண்ண சிதறலாக மனிதர்களின் பல பரிமாணங்களை தன் மனதை சிறகடித்துப் பறக்கச் செய்து தெளித்த நல்முத்துக்களாய் இக் கவிதை தொகுப்பு.

கவிதையின் நயத்தை உணரவும், அதன் ஆழ்ந்த பொருள் உணரவும் மொழி ஆற்றல் மிகவும் அவசியம் என்ற எனது எண்ணத்தை தவிடு பொடியாக்கியது இக்கவிதைத் தொகுப்பு.

பெண்ணின் பெருமை , பொறுமை வாழ்க்கையின் அவலம் அதனோடு இணைந்த அன்பிற்கு அடிபணியும் பெண்மை.

வறுமையின் அவலமும் அது ஒரு தலைப்பட்சமாக காவு வாங்கும் மக்கள் வர்க்கத்தை ஏந்த துடிக்கும் எழுச்சியும்.

சிலேடையாய் சில கவிதை ,

சிலாகித்து ரசிக்க சில கவிதை சிறிதேனும் சிந்தித்து
தெளிவு பெற சில கவிதை .

இதயத்தில் பூட்டி வைக்க சில கவிதை அருமை அன்பு
அர்ச்சனா கிருஷ்ணகுமார் எனது அன்பும் ஆசியும்
வாழ்த்தும் தங்களுக்கு .

இப்படிக்கு
சுஜாதா சரவணன்
சான் அகாடமி
பள்ளி முதல்வர்
சென்னை

வாழ்த்துரை

புதுக்கவிதை உலகிற்கு ஒரு இளம் படைப்பாளர் அறிமுகமாகிறார்.

சொல்லத் துடிக்கும் கருத்துகள் ஏராளம் இவரது கவிதை பசிக்கு நிறைய உணவை தேடுகிறாள்.

தற்கால மனித சமுதாய வாழ்வில் தேவையான அனைத்து நிகழ்வுகளும் மலிந்துள்ளன எண்ணற்ற கவிஞர்கள் நம்மிடையே அன்றாடம் நிகழும் சீர்கேடுகளை எழுத்துரைத்த வண்ணம் உள்ளனர்.

குறிப்பாக உயர்வாகக் கருதப்படும் தெய்வமெனப் போற்றப்படும் பெண்மையின் மேன்மையை எடுத்துக்காட்டியும் புரையோடிவிட்ட சிலவற்றை நீ அழித்ததாக வேண்டும் என உறுதியாய் உள்ளனர்.

அந்த வரிசை தானும் நிற்க துடிக்கும் இந்த இளம் கவிஞர் கருத்துகளும் முயற்சிகளும் வெற்றி பெற வாழ்த்துகிறேன்.

இப்படிக்கு
எம்.ஆர்.வெங்கட்ராமன்
புனித ஜான்போஸ்கோ உயர்நிலைப்பள்ளி
(ஓய்வு) தமிழாசிரியர்
ஒசூர்

புலவர் பாவலர்
கருமலைத்தமிழாழன்
மாநில மதிப்பியல் தலைவர்,
தமிழகத் தமிழாசிரியர் கழகம்.
செயலர்
ஒசூர் தமிழ்ச்சங்கம்.
ஒசூர்- 635109

2-16.ஆர்.கே. இல்லம் ..
முதல் தெரு புதியவசந்த நகர்,
கிருட்டினகிரி மாவட்டம்,
04344 245350 செல் -9443458550

வாழ்த்துப்பா

பாரதியார் மொழிந்திட்ட புதுமைப் பெண்ணாய்ப்
பாவியற்றும் ஒசூரில் பிறந்த பெண்ணாம்
பாரதியின் புதுக்கவிதை வழியில் நின்று
படைத்திட்ட கவிதைநூல் இந்த நூலாம்
ஊரதிர மரபுதனை உடைத்தே மண்ணில்
உலவுகின்ற பெண்ணடிமை எதிர்த்துக் கையில்
கூரதிகம் கொண்டுள்ள எழுது கோலால்
குத்திகுத்திப் பழமையினைக் கிழிக்கும் நூலாம் !

பெண்கள்தம் மனங்களுக்குள் புதைத்து வைத்துப்
பெருமூச்சில் வெளிப்படுத்தும் உணர்வை யெல்லாம்
கண்கள்தாம் காணுமாறு கவிதை யாக்கிக் கருத்தினிலே
பதியவைத்துக் காட்டு கின்றார் எண்ணத்தில் துள்ளுகின்ற
இளமை தன்னை எழுத்தினிலே வடித்துள்ள திரைவி

லக்கித் திண்மையாகச் சுவடுகள்தாம் பதியு மாறு
திமிர்ந்தெழுந்த பெண்மையினைக் காட்டு கின்றார் !

நாட்டினிலே நடக்கின்ற கொடுமை தன்னை நலிவுகளை
அவலத்தைச் சுட்டிக் காட்டிப் பாட்டினிலே தீர்வினையும்
எடுத்துச் சொல்லிப் பார்த்திருந்த தந்திட்டார் இந்த நூலை
வேட்டுவைக்கும் உதடுகளின் சிரிப்பைப் போல
வெளிப்படையாய்ச் சிரிக்குமிந்த உதட்டுச் சாயம்
காட்டுமிவர் கவித்துவத்தை ! அர்ச்சனா என்னும்
கவிஞரினைச் சொல்லும்நூல் இந்த நூலே !

ஒசூர் *01-01-2022*
அன்புடன், கருமலைத்தமிழாழன்.

என்னுரை

இயற்பெயர் ஜெ.அர்ச்சனா கிருஷ்ணகுமார் ஒசூரில்
பிறந்து சென்னையில் வசிக்கிறேன். இதுவரை கண்ட
சாட்சிகள், செவி வழி செய்திகள் உணர்ந்த உணர்வுகள்,
மனிதிகளின் மனநிலைகள், வலிகள் என பல உள்ள
உரசல்களை கருவாகக் கொண்டு என் கன்னி
கவிப்படைப்பை படைத்துள்ளேன்.
சிரித்தது உதட்டுச் சாயம் என்ற தலைப்பில் குழலி என்ற
புனைப்பெயரில் படைத்துள்ளேன். இதில் எங்கள் எட்டு
வயது பெண் குழந்தை கி.அ.சகானா-வின் தூரிகை கவி
ஓவியங்கள் கண்ணம்மா என்ற பெயரில்
வெளியிடப்பட்டுள்ளது.
இதுவரை கடந்த எங்கள் சிறு கிறுக்கல்களின் சிறு
துரவலின் படைப்பு இக்கன்னி கவி படைப்பு. இதை
நன்றியுடன் அம்மா, அப்பா, அக்கா, அத்தை, மாமா
உள்ளம் நிறைந்த கணவன் உயிர்பித்த அடையாளம்
எங்கள் செல்ல கண்ணம்மா, உடன் இருந்து என்னை
செதுக்கிய அத்துணை அன்பு உள்ளங்களுக்கும்
தாழ்மையுடன் சமர்பிக்கிறேன்.
இறைவனின் ஆசியுடன்

அவனின் செல்ல மகளாய்...
அவளின் செல்ல மகளின்
அர்த்தமுள்ள கிறுக்கலுடன்...

இவள்...
குழலி...

கருவறை

எந்த ஒரு
கல்லறையையும் நேசி
அது மட்டும் தான் மீண்டும்
ஒரு தாயின் கருவறைக்குள்
அழைத்து செல்லும்
நுழைவாயில்...

ஏகாந்தம்

இந்த அடர் இரவில் ஏகாந்தங்களை
தின்று கொண்டிருக்கிறது
உன் பிரிவு..

உதிர்ந்த சருகெனச்
சிதறிக்கிடக்கிறது
என் மனம் ..

யாவற்றையும் புறந்தள்ளி
எனையாட் கொண்ட

முகிலிடமிருந்து மீட்டெடுத்து - என்
தலைகோத உன் விரல் வேண்டும்
என்னவளே...

வரும்நேரம்
வசந்தங்களோடு வா...

அவளுக்கு ஒரு கவிதை

சில வார்த்தைகள் நீண்டதூரம்
ஓடி வந்து மூச்சுவாங்கி
மோட்சம் பெற்று மாய்ந்தன.

வந்தவை உலகின் ஆகச்சிறந்த
கவிதைகளாய் இருந்ததாம் !
நீ கவிதை கேட்கும் வரை ..

அவைகளுக்கு அவள் மீது கடுங்கோபம்!
அவளைக் கண்டபிறகு
கவிதைகள் எப்படி பிழைத்திருக்கும் !
தற்கொலை செய்தன அனைத்தும் .

இனியாவது கவிதை கேட்காதே !
அவை வாழாட்டும்..

ஒரு கவிப்பூ போதும் இப்புவிக்கு..

நகல்

நாற்சுவர் இல்லா உறக்கம்
சேலைகள் மதிலாகின..
பல ஓட்டையுடன்..

கரங்கள் மாறாப்பாகி
காத்த மானம்..

கடும் குளிரைச் சூடாக்கி
போர்வையாய்ப் போத்தி..

பசி ஒட்டிய வயிற்றுக்கு
மழையை உணவாக்கி..

கம்பளிப் பூச்சியுடனும்
கட்டி புரண்டு காதல் கொண்டு..

புரிதல் கொண்ட
தெரு நாய்கள் காவலுடன்..

மனித இச்சை
கண்களுக்கு இரையாகி...

புணர்தல் கொண்டு
பெற்றெடுத்த பேறு
நடைபாதை தேவதை

மீண்டும் அவள்

நகலாய்..

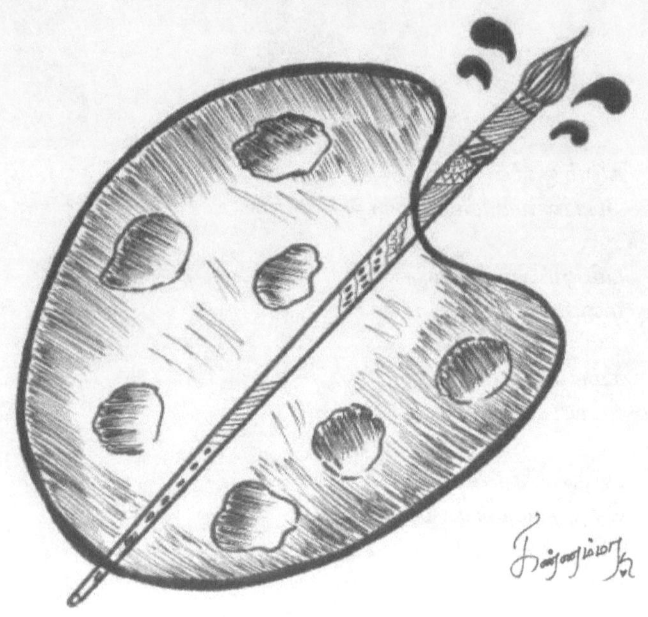

ஒருதலைக் காதல்

நானாக நானில்லை நாளாக
அவள் விரல் தீண்டலையே.
விரலிடுக்கில் ஸ்பரிசம் கொள்ளா
கனம் கணக்கிறதே !!

அஞ்சனமிட்ட விழிதனில்
விண்ணப்பித்தேன் விளையாட்டாய்
அவள் செவ்விதழ் சிரிப்பிற்காக !!

தொட்டுவிட்ட வண்ணமாய்
விட்டுச் சென்ற தாரகையாய்
காத்திருந்தேன் அவள் காதலுக்காக !!

பிறை நிலவாய் சங்கமித்த
என்னவள் புருவ திமிரலிலே
நித்தம் சாகுதடி

என் அங்க வனப்புகள் !!

அவள் கன்னத்திலும் முத்தமிட்டேன்
அவள் அறியா கணம்தனில் சாதுரியமாக

சரிந்து விழுந்து சாவுதடி
என் ஜென்மம்
அவள் நெஞ்சுக் குழிதனில் !!

மார்சூட்டில் செத்துவிடத் தோணுதடி
என் கண்மணியே !!

அவளிடம் நான் புணரா
காதல் அனைத்தும் வார்த்தை
இழந்த கவிஞனாய் கதறுதடி !!

கைப் பற்றி கையால் ஏந்தி
மீண்டும் தீட்டடி உயிர்கொண்ட
ஓவியமாய் !!
காவியமாய் !!

இப்படிக்கு
அவள் விரல்தனில்
காதல் கொள்ள துடிக்கும்
தூரிகை !

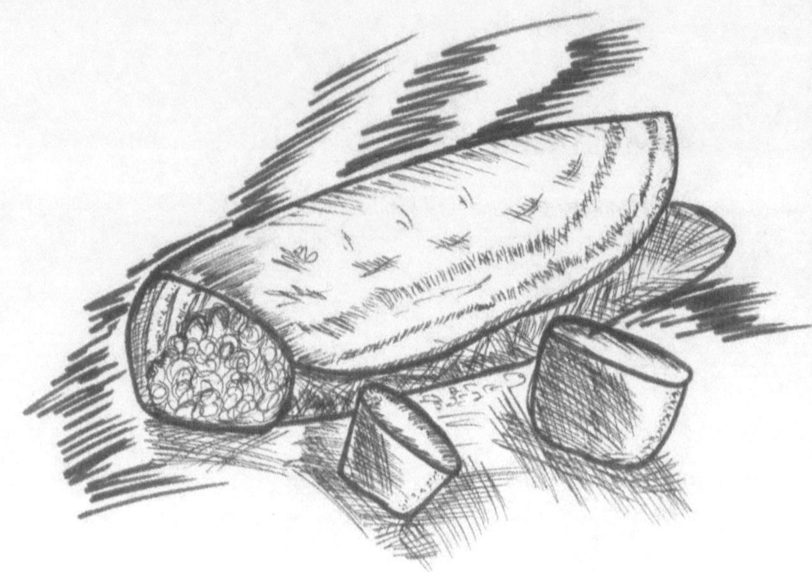

காந்தலே ருசி

சற்று வழக்கத்திற்கு மாறான
அந்தி மாலைப் பொழுது...

கொட்டித்தீர்த்த அடை மழையும் அல்ல...
தீப்பற்றி வீசிய அனல் காற்றும்அல்ல...

ஸ்பரிசம் ஊட்டிய தென்றலும் அல்ல...
கலைந்த தலைமுடி வருடிய
கைவிரலும் அல்ல..

உதட்டின் ஈரம் ருசித்த
விழிகளும் அல்ல..

ஓடிவந்து பின்புறம்
கட்டி அணைத்து காதோர ஈர
மூச்சுக்காற்று பதித்த உதடும் அல்ல....

இடுப்பு மடிப்பில் எறும்பாய் ஊர்ந்த
கைரேகையும் அல்ல...

காதோரம் பல்பதித்த சுவடும் அல்ல ...

ஆயினும் சற்று மாறுபட்ட
மாலைப் பொழுது...
அயர்ந்து போன ,

அலுத்தே போன அவளின்
தினசரி சுழற்சி வாழ்க்கையில்,
சில கணம் என்னவனின்
ஆண்மை போர்த்தி
அலுத்துக் கொள்ளாமல்
அனுபவித்த அந்தகணம் ....

கைலியை மடித்துக் கட்டி
தோசைக் கல்லை அடுப்பில் வைத்து
அள்ளி ஊற்றிய மாவில்
அன்று ஊற்றிய மாவில்
சற்று அன்பையும்
அள்ளித் தூவினான்
என் திமிரவன்..

பாம்பு உரித்த சட்டையைப் போல்
சற்றே உரிக்கப்பட்டது.

அவன் தலைக்கனமும் அக்கணம்...

தினசரி அவள் யாத்திரை கொள்ளும்
அடுப்பங்கரை நடைபாதை
இன்று அவன் பாதங்களை
முத்தமிட்டுக் கொண்டு
சற்று விசித்திரமாய்ப் பார்த்தது ..

வெளியே வெளுத்த முத்துப் பற்களோடு
சிரித்தே அவள் காத்திருக்க....

தட்டில் தவழ்ந்த தோசை
அவனின் நிறச்சாயலில்..

வழக்கத்துக்கு மாறாக
அவன் சிம்மாசனத்தில் அவள்,
கையில் கரண்டியுடன்
எதிரே அவன்..

சிரிப்பில் மிஞ்சியது
சிம்மாசனமும் யானும்...

கஜினி முகமது மீண்டுமொரு
படையெடுப்பு..

இம்முறையும் தட்டில்
தவழ்ந்த தோசை காந்தலே ..
அன்பு சற்றுதூக்கலாக .

மிஞ்சிய அன்பில்
எஞ்சிய அத்துணை
தோசைகளும் காந்தலே..

காந்தல் ஆயினும்
ருசி மிஞ்சிய தோசையில்
பசி மிஞ்சிய இவள்..

ஆறிப்போன அவளின்
அடுக்கு தோசைக்கு
அன்று விடுமுறை போலும்..

அன்பின் மிகுதியில்
சற்று வழக்கத்துக்கு மாறான
அந்தி மாலைப் பொழுதில்..

அவளும் அவனும் !!

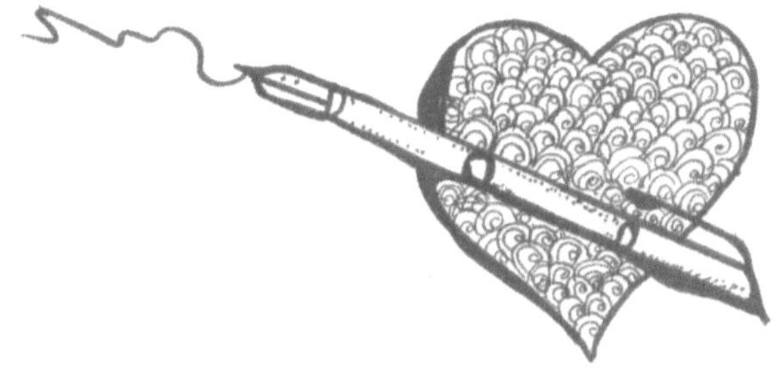

தொலைத்த முதல் காதலி

மெய் தூங்கா இரவுகளில்
இதும் ஒன்றாய்...

விடியலை சாளரத்தின் வழியே
எட்டி எட்டி எதிர்பார்த்த
குட்டி குட்டி விழிகள்..

பென்சிலுக்கு முத்தமிட்டு
விடை பெற்று பேனாவிற்கு
ஸ்பரிசம் கொடுக்கும் திருநாளாம்...

மை சிதறலில் வெள்ளைத் தாளை
காரிகையாக்கும் பெருநாளாம்...

இரவெல்லாம் மார்ச் சூட்டில்
கட்டி கலவி கொண்ட காதலியாம்...

எழுத்து படிப்பு என்றால்
எட்ட நின்றவன் ஆசை ஆசையாய்
கிறுக்கிக் கிழித்து எறிந்த
வெள்ளைதாள் பூ மாலையாய்...

அங்கலாய்த்து எழுதி தீர்த்த தருணம்

அறிவிலிக்கு இறுதி வரை புரியவில்லை.
தவறுகளை களைய ...

பென்சிலுக்கு வாய்ப்புண்டு
அதில் பேனா துரதிர்ஷ்டசாலி என்று !

ஆயினும் காதலுடன் சட்டைப் பையில்
அடைகாத்த காதலியான பேனா.

அரை நாழிகையில்
காணாமல் போனாள்...

தொலைத்த முதல் காதலி!!!

சிரித்தது உதட்டுச் சாயம்

மனம் கவரும் மலர் யாவும் காகிதமாய்.
வாசமுள்ள பெண்ணொருத்தி அலங்காரமாய்.

பட்டுடுத்தி நகையடுக்கி
ஆடம்பரத் திருமண வைபோகம்.

ஆகாயத் தாரகையாய்
மினுமினுக்கும் மணப்பெண்.

தாரகையைக் கையிலேந்த
காத்திருக்கும் மணமகன்.

அழகினைத் தாரைவார்க்க
சீர்வரிசைத் தட்டுடன்
அத்தையும் மாமாவும்.
உற்றமும் சுற்றமும்..

அவைதனில்
யாவும் பளபளக்க..
ஜொலி ஜொலிக்க..

சிறார் கூட்டம் சிறகடிக்க..
பந்தியில் அப்பளமும்
கூட்டும் படையெடுக்க...

மணந்த சந்தனம் கன்னத்தில்
சில்லென்று முத்தமிட...

இட்ட குங்குமத்திலும்,
பன்னீரிலும் மனமது சத்தமிட..
மஞ்சளலே குளிப்பாட்டிய

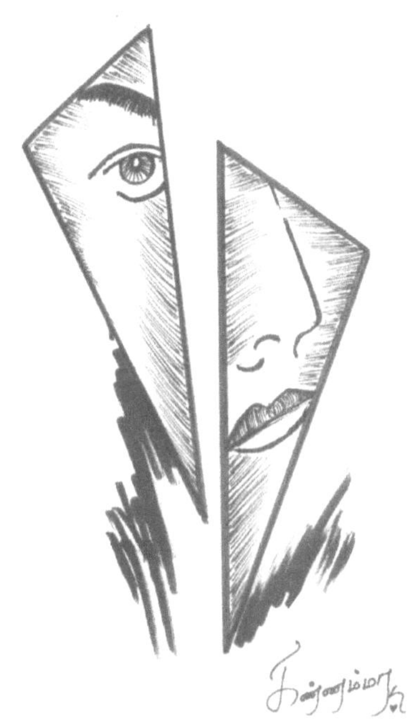

அரிசி ஆசீர்வதிக்க..

அத்துனை கால்களும் சங்கமித்தது
மணமேடையில் மேளதாள முழக்கத்துடன்...

என்றாயினும் அவை முழுவதும்
ஒரு சத்தம் மட்டும்
சத்தமாகவே கேட்கவில்லை
யார் செவியையும்!!

கனத்த வெறுமையுடனும் பெருத்த ரணத்துடனும்
இரத்தமும் சதையுமாக ஒரு கதறல்...

தாயவள் கைம்பெண்ணாய்...
மகளவள் மணப் பெண்ணாய்...

வலித்தது மணக்கோலம்

சிரித்தது உதட்டுச்சாயம்   மட்டுமே !!

அவளும் அதிர்ஷ்டசாலி

சரவெடியைக் காட்டலும்
வேகமாக வெடித்துச் சிதறும்
காரசாரமான வாக்குவாதம்.

கூடத்திற்கும் அடுப்படிக்கும்
இடையில் விரசாய் யாத்திரை..

குரல்வளை நெரிக்கும்
வார்த்தைகளை எல்லாம்
கொட்டவிடாமல் அடக்கி
கைபிடித்து அழைத்துக் கொண்டு
உருண்டோடிய அவள கண்ணீர்.

வெடித்து சிதற காத்திருந்த
மொழிகளை முடக்கி
கணங்களை அடக்கி
ஆர்ப்பாட்டமில்லா
மனஉளைச்சலை
ஆரவாரமாய் அரங்கேற்றியது..
பலத்தசத்தத்துடன் கூச்சலிட்டது..

அடுப்பங்கரையில் துலக்க
இருந்த குவளையும் கிண்ணமும்..

அவளை விட அதிர்ஷ்டசாலி தான்..

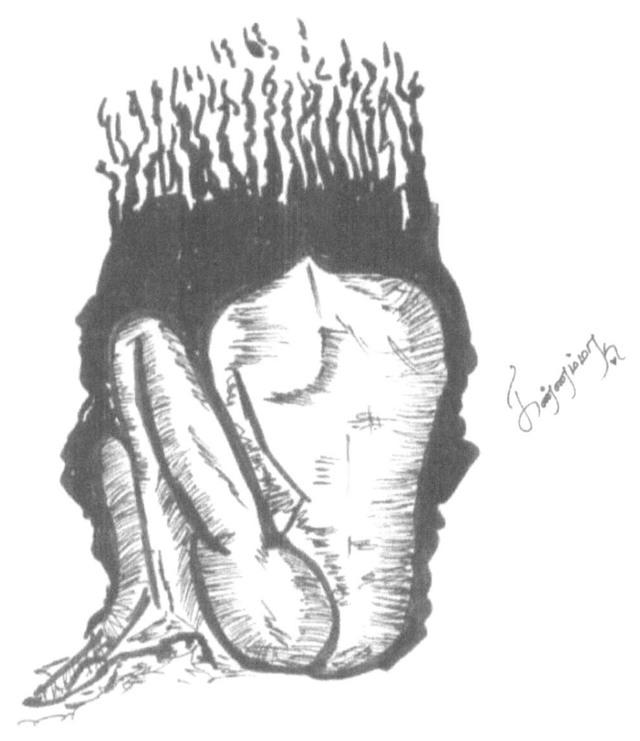

எதிர்பார்ப்பு (அரசு மகளிர் பள்ளி அனிதா)

வருடாந்திர வருகைக்காக
புறச்சுவர்கள் புதுப்பிக்கப்பட்டன..

வண்ணத் தோரணங்கள் ஈர்ப்புடன்
நுழைவாயில்களில் பல் இளித்தன..

அகமனங்கள் அங்கலாய்த்தன..
அலமாரி ஆவணங்கள்
அவசர அவசரமாய் திருத்தப்பட்டு
புதுசட்டைகள் போட்டுக் கொண்டன...

மேஜை நாற்காலிகளுக்கும்
வண்ணப் பூச்சிகளுடன்

ஜொலிக்கும் வாய்ப்பு கிடைத்தன..

பூத்துப்போன சுவர்கள்
சுண்ணக் கட்டிகளை
கட்டி அணைத்தன..

எஞ்சி நின்ற கரும்பலகைகளும்
அஞ்சனமிட்டு அலங்கரிக்கப்பட்டன...

எண்ணெய்ப் பாரா பரட்டை தலைக்கும்
நறுக்கா அரும்பு மீசைக்கும்
அன்றொரு நாள் தடியடியில்
இருந்து விடுப்பு கிட்டின..

யாவும்
பளபளக்க மினுமினுக்க ...

அவளின் மனம் மட்டும்
எதையோ எதிர்பார்த்து
விலக்குகளில் விலகியிருந்தது..
இரத்த கறையுடன்...

ஒதுக்குதலில் ஒதுங்குமிடம்
அரசு மகளிர் பள்ளி
கழிவறை
அன்று ஒரு நாளாவது
சுத்தம் காணாதா என்று
நிதர்சன எதிர்பார்ப்புடன்.....

அவளின் அவள்

இன்னது நல்லது
இன்னது தீயது
என நியதிகளின் கட்டமைப்பில்
சிறைப்பட்டது
மனிதியின் மனங்கள்...

பல சமூக
செதுக்கள்களில்
உளி துளைத்து
செதுக்கப்பட்ட சிலை

தகைசால் பெண்(மை) அவளானால்..
மறுத்த உணர்வுகளுடன்..

சிதறிய சில்லுகளில்
சிதைந்த அவள் உணர்வுகளை
அர்த்தமில்லாத ஒன்றை அர்த்தமாக்க
களைந்தெடுத்து தேடுகிறாள்.
இழந்த

அவளின் அவளை ...

அவ்வண்ணமே கண்ணீருடன்...

அந்தரங்கக் கனா

காரிருள் மையம்
கொட்டித் தீர்த்தமாரி..
சொட்டுச் சொட்டாய்..

கண்ணீர்
வறண்ட விழிகளில்
கனத்த மனதுடன்
இமையிரண்டும்
இதமாய் முத்தமிட்டுக் கொண்டு
கண்ட சொப்பனம் ..
அந்தரங்கக் கனா!!!

ஆணும் பெண்ணும்
சமம்பாராட்டும் கள்ளிப் பாலால்
பெண்சிசு குளிப்பாட்டா
இருபாலருக்கும் பாலமுதூட்டும்
ஓர்கனா...

ஆகச்சிறந்த கவிஞன்
பெண்விடாயையும்,

மகப்பேற்றின் உதிர வலியையும்
தன் எழுத்தாணியின்
மைக் கொண்டு
சிதற வைக்கும்
ஓர்கனா....

யோனியில்
மோகம் கொள்ளா
யோகியுடன் ஸ்பரிசம்
தீண்டும்
ஓர்கனா...

பெண் அடக்கத்தை
அவள் அங்கத்தில்
காணா பெண் மெய்க்கும்
ஓர்கனா...

மகனுடன் செல்லும் தாய்..
தந்தையுடன் செல்லும் மகள்..
மகளின் கைப்பிடித்து
நடக்கும் தகப்பன்..
காற்று புகாமல்
கட்டி அணைக்கும்
காதலர்.... இருப்பின்

தனிமையில் பயணம் கொள்ளும்
தனி அம்மாக்களின்,
பெண்மைக்குக் கை கொடுக்கும்
ஓர்கனா...

கரு கனம் காணா
மலடித் தாயை
வாய் நிறைய அம்மா
என்றழைக்கும் பிள்ளையாய்
ஒரு கணம் மாறும்
ஓர்கனா....

முறுக்கிய மீசையில்
முடங்கிய பெண்மைக்கு
புதுமுகப்பு எழுத்து எழுதும்
ஓர்கனா...

பால் வற்றிய
ஏழைத்தாயின் முலைகளில்
என் தாய்ப்பாலைத்
தாரை வார்க்கும்
ஓர்கனா....

என் வண்ணத் தூரிகையால்
உலகின் கடைசிக்
கைம்பெண் வரை
சாயம் தெறிக்கவிட்டு
அவளை அலங்கரித்து
அடையாளப்படுத்தும்
ஓர்கனா...

பெண் வனப்பில்
குழந்தை என்றும்
குமரி என்றும்
சலனம் கொள்ளா
ஆண்மகனுடன் கைகுலுக்கும்
ஓர்கனா..

ஆண்மை ஆணவம் கொள்ளா
அண்ணன், தம்பி,
அப்பா, மாமாவுடன் கைப் பிடித்து
நெடுந்தூர நம்பிக்கை
இரவு நடைப்பயணம்
கொள்ளும்ஓர்கனா...

இதுவரை அனுமதியின்றி

என் அந்தரங்க கனாவை
ஆவலுடன் எட்டிப் பார்த்த
அனைவருக்கும்..
இதோ !!

என் அந்தரங்க கனாவின்

இருதுளிகள்....

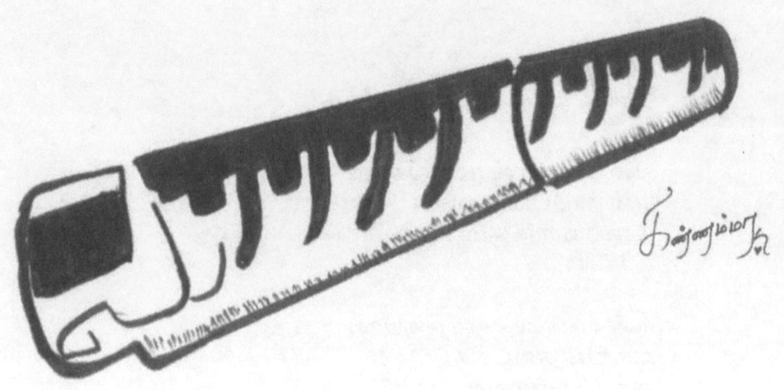

சஞ்சாரம்

உரசிய சக்கரம் உஷ்ண உரசலில்
தனை மறந்து தண்டவாளமும்
ஆகாசத் தாரகையை அவிழ்த்து விட்டு
பூமியுடன் கட்டிக் கலவு கொள்ள
ஓராயிரம் ஆசையுடன் ஓடி வந்த மழை..

சாளரத்தின் கம்பிதனில்
தண்ணீர் சொட்டு சொட்டாய்
உயிரை விட - காரிகை
மெல்லிய விரலால் தீண்டல் கொள்ள
காதலுடன் முத்தமிட்டது தென்றல்..

இயற்கையின் பிடியில் அவள்..
அவளின் பிடியில் அவன்..

கலைந்த மேகக்கூட்டமாய்
அவளின் கனவுகள்
கலையுமாயினும் காத்திருக்கிறாள்..

அவனுடைய ஒற்றை அழைப்பிற்காக
இரவிடம் இரவல் வாங்கிய நிமிடங்களில்..

அலைவரிசை இல்லா அலைபேசியில்

ஆவலுடன் அங்கலாய்த்துக்
கொண்டிருக்கும் பிஞ்சு நெஞ்சு..

ஒரு கணமேனும் அவன் குரல்
அவளை அழைக்காதா ? - என்று
அதீத நம்பிக்கையில்..

இயற்கையின் பிடியில் அவன்..
அவனின் பிடியில் அவள்...

பக்கங்களில் சருகாய்

பழுப்பேறிய பக்கங்களில்
இளந்தளிர் ரேகையின்
முத்த உரசல்கள் மட்டும் மிச்சமாய்...
காத்துக் கொண்டே சருகாகிறது
அவன்(ள்) விரல் வருடலுக்காக...
யாருக்காகவோ? எதற்காகவோ?..

பிதுைந்து ருவாயில்

மழை நனைத்த
இருக்கையில்
ஒரு சித்தி ,
ஒரு பெரியப்பா,
இரு தம்பி
என முன்பின் தெரியா
ஓர் உறவுடன்
இதமாய் ஒரு
இடமாற்றம்
இதழ் புன்னகையை
மட்டுமே உரித்தாக்கினார்..
காக்கி சட்டையில்....

சேர் ஆட்டோ அண்ணா...

ஆறாம் விரல்

பூவின் கர்ப்பத்தில்
விந்திட்டு வந்தவளே...
தேவி உன் பேரழகைத்
திருடேனோ?...
என் ஆறாம் விரலின்
மை தன்னில்...

ஆகாயத் தாரகை
அள்ளி வந்து
என் செல்ல மகள்
மடி தவழ
பிஞ்சுவிரல் சொடுக்கெடுப்பேனோ?..
என் ஆறாம் விரலின்
சுகம் தன்னில்...

மௌன மொழி கொஞ்சும்
குழலியின் குரலினிமை
சுகிக்காது
கன்னம் தடவி
கள்ளம் செய்யும்
வஞ்சகன் வதைப்பேனோ?...
என் ஆறாம் விரலின்
கூர்மை தன்னில்...

ஐந்து, ஆறுவயதிருக்கும்
வம்சம் செழிக்கவந்த செல்வங்களை
சுதந்திரப்பட்டாம் பூச்சியின்
சிறகொடிக்கும்
பாவிகளின்
கொடி அறுப்பேனோ ?...
என் ஆறாம் விரலின்
வலிமை தன்னில் ...

எட்டிப் பிடிக்கும்
கையிரண்டை வெட்டி
வீசினும் தவறில்லை
என் முகில் தீட்டிய
முத்திடம் உரைப்பேனோ ?...
என் ஆறாம் விரலின்
வல்லமை தன்னில்...

கருக் கொண்டது
ஆணாயினும்
பெண்ணாயினும்
பண்பாடு மாறாத
பச்சைத் தமிழனின்
கலாச்சாரத்தைக்
கருவிலேயே
கற்பிப்பேனோ ?...
என் ஆறாம் விரலின்
செழிப்பு தன்னில் ...

ஆயிரம் வளங்களை
அந்நியனின் சட்டைப் பையில்
தாரை வார்த்துக்
கொடுத்தாலும் என் தாய்நாட்டின்
கண்மணிகளை எவனிடமும்
உறைய விட மறுப்பேனோ ?...
என் ஆறாம் விரலின்
புரட்சி தன்னில் ...

பிஞ்சு துகிலுரிக்கும்
காமுகன் கண்டு ஐம்புலன்
அடக்கினும் ,
ஆறாம் விராலாய்

என் எழுதுகோலின்
நுனி கூர்மையின் தன்னில்
குத்திக் கிழித்து
யான்
குருதி திலகமிடுவேனோ?
என் செங்கோலுக்கும்
என் பிஞ்சு கண்ணம்மாக்களுக்கும்..

வண்ணத்துப் பூச்சியின்
வர்ணம் கொண்டு..

கூடிக் குலவும் பறவையின்
கீச்சொலி கொண்டு..

ஆழமாழியின்
நீலவர்ணம் கொண்டு..

தேன்துளிகளாய் -எம்
தாய்மொழி கொண்டு
இன்னும்
மடியாக்கனவாய்
எழுதாக்கவியாய்
முடிசூட்டத் தவம் கிடக்கிறது
என் எழுத்தாணி எனும்

ஆறாம் விரல்...

வெற்றிடம்

நிலவுக்கு கீழ்
இரவின் வாசனையில்
மணம் கமழும் மனமதுவாய்.

இசைக்கப்படா இசைக்கருவியின்
இதய ஓசைகள் சப்தம் இழக்க.

நீண்ட இரவின் மடியில்
புணர்தல் கொண்டு மீள்கையில்
நிலவாய் அவன் நிஜம் மறைய
வார்த்தை மென்று
மௌனமாகிறேன்..

சிப்பிக்குள் முத்தாய் இன்மையில் – உன்
நினைவுகளின் வெற்றிடத்தில் சுழல்கிறேன் !!!

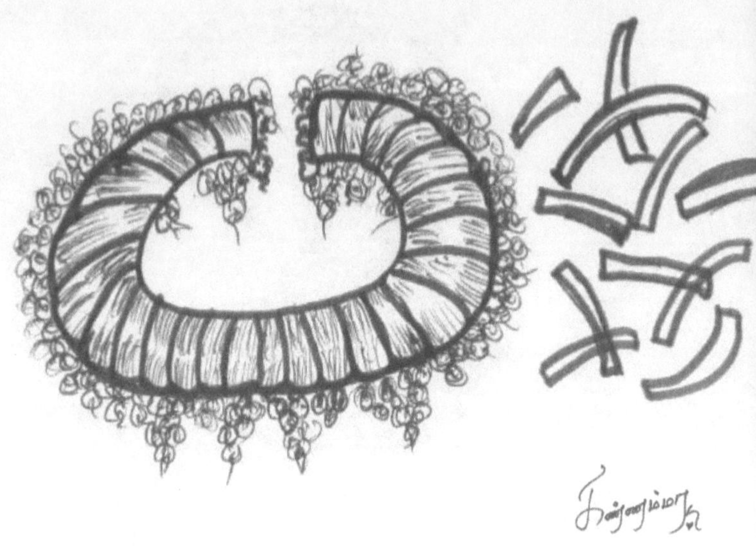

கண்ணாடி வளையல் சத்தம்

அவள் பரிணாமத்தை
அவ்வப்போது அடையாளம் காட்டி
கரங்களை காதல் செய்யும்...

நங்கையில் நலிவில்
குறும்பிக்கும் அவனை
நளினமாய் சின்ன தொரு
கூச்சலிட்டு காட்டிக் கொடுக்கும்....

ஊடலும் கூடலுக்கும்
அவள் மறைத்த மௌனத்தை
ரீங்காரமிடும் பாக்கியசாலி....

இருட்டு சிம்மாசனத்தில்
தொப்புள் கொடி பிஞ்சிற்கும்
தாயிற்கும் சேயிற்கும்
இரகசியமாய் ஒலி சேர்க்கும்
உணர்வின் மொழி ...

விதியின் விளையாட்டில்
வர்ணம் தொலைத்த
வெண் புறாவின்
பெண் மனம் வலிக்க
திக்கற்றுநிற்க..

அத்தனையும் அடக்கி சிதறிய
அவளின்
கண்ணாடி வளையல் சத்தம்....

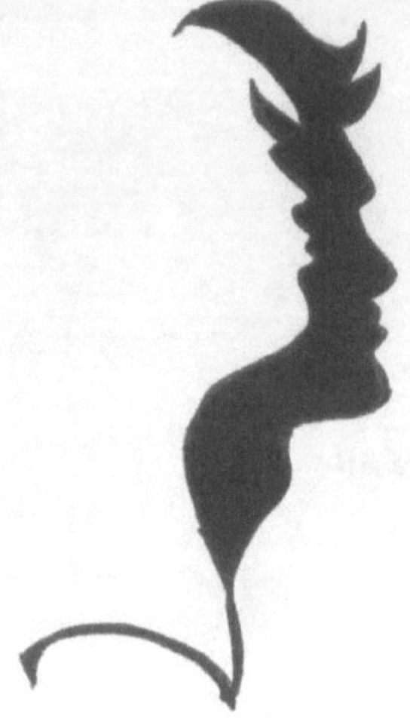

ஒரு நாள் நான் அவனாக..

ஆயிரம் முறை கவித்தொடுத்த நான்

முதல் முறையாக மொழிகள்
தடுக்கிட்டு தத்தளித்து நிற்கின்றேன்...
ஒரு நாள் நான் அவனாக
தவமின்றி கிடைத்த வரமான வரமாய்
ஒற்றை வரத்தை முழுநிலவாய் கையிலேந்தி
காத்துக்கிடந்தேன்...
அந்நாளுக்காக..

அற்றைத் திங்கள் அன்றொரு நாள்

அன்பிற்குரிய அடுத்த
வீட்டு அண்ணன் அழகு சொல் பேசி
அங்கம் ரசிக்கும் முன்
உமிழ்ந்தெறிந்து...
நான் அவனாக அவதரிக்க வேண்டும் என்று ..
ஆயினும் வரமான வரம் காத்த
அவளாகவே இவள்...

அற்றைத் திங்கள் அன்றொரு நாள்

ஈரைந்து வயதில் இனம் புரியா மனதில்
பெண்மைக்கு பரிசளித்த
இயற்கையின் கரங்களில்
அடிவயிற்றை அழுத்திப் பிடித்து
அம்மா என்று உரக்கக்கத்தி
உதித்த உதிரத்தை உடைத் தெறிந்து
நான் அவனாக ஆதரிக்க வேண்டுமென்று
ஆயினும் வரமான வரம் காத்த
அவளாகவே இவள்...

அற்றைத் திங்கள் அன்றொரு நாள்

தோராண வாசம் தென்றலில் சங்கமிக்க..
மின்னலை வெட்டி தரையில் தவழ்த்தி..
மாமா, மச்சான் என மது மயக்கத்தில்
கோப்பையில் இதழ் வருடி
திரவகடலில் திரவியம் தேடி..
ஆறாம் விரலாயும் கை இடுக்கில்
சிம்மாசனமிட்டு வளைய புகைக்குள் வசப்பட
நண்பனுடன் உல்லாச கூச்சலிட
நான் அவனாக அவதரிக்க வேண்டுமென்று...
ஆயினும் வரமான வரம் காத்த
அவளாகவே இவள்...

அற்றைத் திங்கள் அன்றொரு நாள்

தங்கையின் திருமண வைபோகம்
தெகிட்டிட்ட செலவு
திணறி நின்ற அப்பன்
முடங்கி நின்ற கடன்
குட்டிபோட்ட வட்டி
விலங்கிட்ட பெண்மை
விலங்கொடித் தெரிந்து
நான் அவனாக அவதரிக்க வேண்டுமென்று...
ஆகினும் வரமான வரம் காத்த
அவளாகவேஇவள்..

அற்றைத் திங்கள் அன்றொரு நாள்

என் பூமியை சாமியை
என் அப்பனின் இறுதி மூச்சை
நிறுத்திய அத்தினம் ..

ஆகாய சூரியனை பகலில் துளைத்து
வெண்ணிலவை கூறுகூறாய்
வெட்டி துண்டாக்கி...

திசைக்கு ஒன்றாய் வீசி எறிந்து
வானத்தை வானவிலாய் வளைத்து
இறுதி ஊர்வலத்திற்கு வழி அமைத்த
அத்தினம் அவனை தேடினேன்..

எனக்கான அவளை அடகு வைத்து
அன்று ஒரு நாள் அவனை மீட்டெடுக்க
சாமிக்கு இறுதி சடங்குசெய்ய ..

எனை சூழும் ஆபாச கண்களை
காரிருள் தூரிகை கட்டி மூடி
அங்கம் இரசிக்கும் இச்சை பார்வைகளுக்கு
இரையாகாமல் விடுப்பு அளித்து
என் மார்சட்டை கழற்றி எறிந்து .

ஈரவேட்டியில் இன்றொரு நாள்
உன் இறுதி ஊர்வலம் வரை வர..

உனக்காக மூட்டிய எரிதழலில்
எனக்கான அவளை சாம்பலாகி
உன் செல்ல மகளை
உன்னுடனே சாம்பலாகி...

என் தலைச்சம் பிள்ளைக்கு
தலைமை சடங்கை செய்ய
வரமான வரமாய் மண்டியிட்டு
பிச்சையிட்டு வரம் பெற்று
அன்று ஒரு நாள் மட்டும்
நான் அவனாக அவதரிக்கிறேன்...

இதோ அவள் காதலின்
இருதுளிகள் உனக்காக....

விடைபெறுகிறேன் சாமியே...
எச்ச சடல பெண்மை ஏந்தி மீண்டும்

அவளாகவே !!!

தெத்துப் பல்லு

பழுப்பு படிந்த
கறை நிறைந்த பாதத்துக்கு
அன்று ஒரு நா விடுமுறை...

பொத்தல் பாதங்களில்
புழுதி தஞ்சமடைய
தவியா தவிக்குது....

பொழுது விடிஞ்சு
பொழப்புபாக்க போனம் முன்னா
கழனி காட்டில் காலுபத்தி போகு முன்னு...

வைகறையில் வரிஞ்சுகட்டி
சூரியனை மிதிக்கும் முன்ன
வயக்காட்டடத் தேடி காலு விரையுது..

வெள்ளைச் சட்டை
கரவேட்டி கண்ணாடி பாத்து
கருப்பழகன் தெத்து பல்லுசிரிக்குது...

கரவேட்டி கலர்பட்டு
காப்பி கலருவாரு ரெண்டு ஜொலிக்குது...

ஆசை தீர கால் வலிக்க
ஊரு பூரா சுத்தையில
உதட்டு மேல கருப்பு காட்டு
வெள்ள மசுரு மருகுது..

கால விட்டு கழண்டிடு மோனு
பயந்து போயி தேச்சு தேச்சு நடக்கையில
தாரு ரோடு சிணுங்குது...

விரலிடுக்கில் எறும்புக் கடியா
இனம் புரியா வலி ஒன்னு
வந்து வந்து போகுதுனு..

விழி திறக்கா நள்ளிரவில்
கையிரண்டும் தனை மறந்து
கால் விரலிடுக்கில் அழுத்து கையில்..

கலைந்தன அப்பனின்
முதல் முதலாய் அணிந்த
செருப்பு கனவு...

வெளுத்தது வாழ் நாள்
முழுவதும் அணிய முடியா

கருப்பழகன் கால் செருப்பு ..

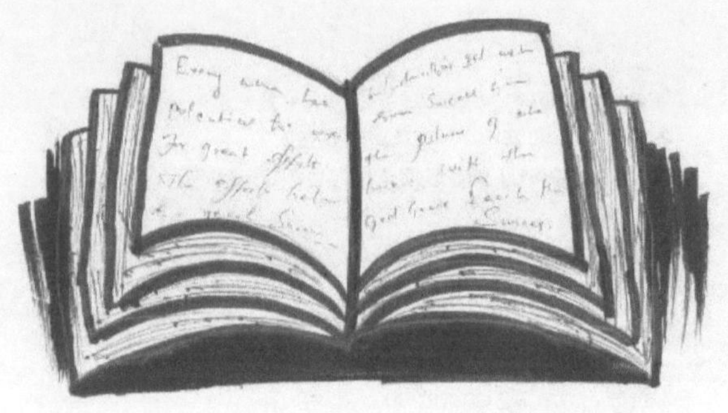

அவளின் மடி நீங்கா காதலன்

கிடைக்கப் பெறா அனுமதிகளில்
விதி விலக்கானவன்!!

சத்தம் இன்றி இரத்தம் இன்றி
அவள் இதயம் உறிஞ்சும் தென்றல்!!

தெகிட்ட தெகிட்ட
முத்தம் திண்ணும் மாயாவி!!

நித்தம் நித்தம் அவள் நகக்கீறல்களை
சொந்தமாக்கிக் கொள்ளும் சாகசக்காரன்!!

குமுறிய நெஞ்சமதின்
குமுறல் சுமக்கும்
வான் நிலா!!

வந்து வந்து கொள்ளும்
நினைவலைகளை நிஜங்களாக
கொட்டித் தீர்க்கும் அமுத சுரபி!!

ஆழ்நிலையிலும் மாரோடு சாய்த்து
மஞ்சம் கொள்ளும் மஞ்சள் நிலா!!

அவள் வாசமுடன் உல்லாசம் கொள்ளும்
தூரிகை வண்ணம்!!

நெஞ்சு குழி சூட்டில்
பற்றி கொள்ளும்
ஒற்றை கதகதப்பு!!
கணம் காணா அவள் கருவறையை
கட்டிப்பிடித்துக் கொள்ளும் செல்ல வருடல்!!

கரை புரண்டு ஓடிய உப்பு கண்ணீரையும்
கைபிடித்துத் தன் மடியில் ஏந்திக் கொண்ட
கசங்கய பக்கங்கள் !!

அவளின் மடி நீங்கா காதலன் - புத்தகம்!!!

சிவப்புச் சீட்டு

அங்கு மிங்குமாய் சிறகடித்து
கண்சிமிட்டி சிமிட்டி செல்லமாய்
ஒரு ஆக்கிரமிப்பு செய்தது
பொய் காதல் சாயம் பூசி
வண்ணாத்து பூச்சி
இடப்பக்க இதயத்தில்!!

தொட்டுத் தொட்டு
தந்த இதத்தில்
காதல் செய்தன!!

அவள் குருதியும்
அவன் காதலும்...

பட்டென பறந்த பதட்டத்தில்
அவள் இரத்த இரணத்தில்
சேர்ந்தே வழிந்தது.

அவன் சிறகிலிருந்து கட்டித் தழுவிய
மிச்ச பொய் காதல் சாயமும் ..
வலியுடன்

சிவப்புச் சீழ் பிடித்து!!

தாய் கிழவன்

ஓட்டிய தேகம்
சற்று காந்தல்நிறம்
கடமையில் கண்ணியமானவன்.

பார்த்துப் பார்த்து பல சுமைகள் தீர்த்து
பக்குவமாய் வாழ்க்கை சமைப்பான்.

ஐந்தேழு ஆண்டுகளாய்
மாமா என்ற சொல்
தவிர வேறு சொல்லி
அழைத்ததில்லை தாய்க்கிழவி..

மரியாதை குறைவாய் நடந்ததில்லை
பெற்ற பிள்ளைகள் இரண்டும்..
பெருஞ் செல்வம் கொண்டவன் இல்லை..

உழைப்பை உயர்வாய் எண்ணி
உருகி உருகி சேர்த்தான் சொத்தாக இரு வீடு ..

ஒன்னு பெருசுக்கு ஒன்னு சிறுசுக்கு என்று..
சுபநிகழ்வு திருவிழா சுகம் ஏதும்
அவன் அனுமதியின்றி அனுபவித்ததில்லை...

சற்று பயத்துடனும் மரியாதையுடனும்
அவ்வப்போது குரல் எழுப்பும் பெருசு..

கை பிடித்து கொஞ்சிக் குலாவி
அழுது அழுது காரியம் சாதிக்கும் சிறுசு..

பூமியே தலைக்கிழாய்ப் புரண்டாலும்
நினைத்ததை இறுதிவரை
சாதிக்கத் தெரியாத தாய்க் கிழவி ..

அத்தனை பெரிய ஆளுமையை
அரை நொடியில்
" யோவ் யானை வந்து மண்டியிடு யானை போகணும்"
என்று திமிறியது சிறுசு பெற்றது..

கிழவனும் வாய் பொத்தி
பேசாமல் மண்டி யிட்டான்
மீசையை முறுக்கிகர்வத்துடன்
அவன் செல்ல மகளின்
அவள் செல்ல மகளுக்காக ..

" **ம்ம்ம் யானை போ போ** "
சிரித்து வழிந்த ஜொல்லில்
நனைந்தான் கிழவன்...

அவன் பெயர்தான் தாத்தா !!

கருகிய நம்பிக்கை

நிலவைத் தொலைத்த
வெப்ப இரவில்.

கட்டிப் போாட்டவானில்..
எண்ணி வைத்தநட்சத்திரத்தில்..

அளந்து வீசிய தென்றலில்..

சொல்லிச் சென்ற
அவன் நம்பிக்கை வார்த்தைகள்
மட்டும் உள்ளிட்ட மனதில் தத்தளிக்கின்றன.

பற்ற வைத்த நெருப்பு
பற்றி எரிந்து தணிந்தது
வெந்து கருகியது
அவன் அவளுக்கு அளித்த

நம்பிக்கை..

மௌன மொழிகள்

மௌனம் சம்மதத்திற்கு அறிகுறி!!!
பல பெண்மையின் மௌனம்
சம்மதத்துக் காளன்பதே பெரும்
கேள்விக்குறி???

அடுத்தவன் சொல்பட்டு
பெண்மையின் உணர்வுகள்
அறுக்கும் முன், அரங்கேறும் முன்
மௌனமாய் அதையாமே
உடைத்தெறிகிறேன்.
பெரும் வலியுடன் !

மூன்று முடிச்சியில் முகப்பு எழுத்து மாறும்
பெண் முகவரியும் மாறும்

அங்கேயே அவள்
உணர்வுகளும் உணர்ச்சிகளும் மாறும்
மறைக்கப்பட்ட மறுக்கப்பட்ட
குரல்களாய், குமுறலாய்
அவள் மௌனமே மகுடம் சூட்டுகிறது!

வாங்கிக் குவித்த பரிசுகளும், பட்டங்களும்
பூட்டிவைத்த பெட்டியில்
மூட்டி வைத்த விறகு அடுப்பில்
பொங்கித் தீர்த்துப் பல
பசி தீர்க்கும் தருணம்
கருகிப் போனது
அவள் மௌன ஆளுமையே!

சமஉரிமை, சமபங்கீடு எல்லாம்
சட்டங்களாய் மட்டும் இருப்பின்
பட்டங்கள் குவித்த பல சாதனைப் பெண்கள்
அடுப்பங்கறைக்கும் படுக்கை அறைக்கும் இடையில்
மறைக்கும் காரிருள் வெளிச்சம்
அவள் பெண்மையின் மௌனமாய்!

முறுக்கிய மீசையில் ஆண்மையையும்,
சிரம் தாழ்ந்து கால் நகம்கீறி
மண் கோலமிட்ட வெட்கத்தில்
பெண்மையையும் கட்டிப் போட்ட
சமூகத்தில் சத்தமில்லாமல் சம்மதம்
சங்கமிக்கும் பெண்மை ஏந்திய மௌனம்!

விடாய் தீண்டிய
பிஞ்சு விடாய் தீண்டிய
உதிர திணறலிலும்
மௌனம்காக்கும் பெண்மை!

விலை பேசி விற்ற திருமண சடங்கிலும்
அலங்காரமாய், காட்சிப் பொருளாய்
மௌன புன்னகை ஏந்திய பெண்மை.

கொடி அறுத்து,
உயிர் ஜனித்து மறு ஜென்மம்
கண்டபோதும் ஆரவாரம் கொள்ளாமல்
மௌனம் ருசித்த பெண்மை.

புழு பூச்சி அண்டாமல்
மலடி மகுடம் சூட்டிய போதும்
உறவு கொண்டவனை பிள்ளையாய்
உறவாடி உயிர் வலிக்க
அதர மௌனம் உருக்கும் பெண்மை!

மறைக்கப்பட்ட உணர்ச்சிகளின்
மறுத்துப் போன மனமதுவாய்
சாயம் தொலைத்த கந்தலாய் !
கண் மூடி முத்தமிட்டு உடைக்கின்றேன்
அவள் மௌனத்தை ..

சிறுவினாவுடன் உண்மையில்
உலகத்து பெண்மையை முடக்க நினைப்பது
ஆண்மையா? பெண்மையை ?

என விடை தெரியா வினாவுடன் மீண்டும்
மௌனத்தை மனத்துக்குள் புதைக்கும்.
அவள் ..

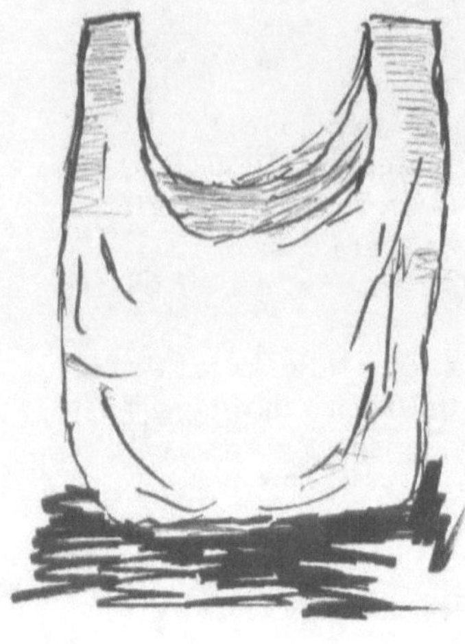

கித்தான் பை

சகதி என்று தாண்டித் தாண்டி
கடந்த செருப்புகளும், பூட்ஸ்களும்
நடைபாதையைச் சகாயமாய் எண்ணிட..

தாண்டுதலில் தப்பியது
இறைவன் புண்ணியத்தில்
நடைபாதை பிஞ்சுகளின்
கைகளும் கால்களும் ..

தலை இடுக்கில் ஒரு பாதம்
இடுப்பு இடுக்கில் ஒரு பாதம்
பர பரப்பாய் கடந்தன
பல செருப்புகள்..

தெறித்த சேறுகள்
அங்கொன்றும் இங்கொன்றுமாய்
அவள் முகங்களில் மண் துளிகளாய் ..

ஓயா மழைகளில்
ஒதுங்கி ஒதுங்கி
ஓய்ந்தன பல உயிர்கள்..

கடந்தவன் எல்லாம் பத்திரமாய்
குடைக்குள் மழையை ரசித்து பயணம் செய்தான்..
தேடலும் தேவைகளும் பல அணிந்து...

அடுத்த மழைக்குள் ஒட்டிய வயிற்றுடன்
சிரித்துக் கொண்டே ஓடி ஓடி
கித்தான் பை தேடுகிறது
விரித்துப் படுக்க
நடைப்பாதை பிஞ்சுகள்..

எல்லாம் இருப்பவனுக்கு
வருந்த ஆயிரம் காரணம் இருப்பின்..

எதுவுமே இல்லாதவன்
இருப்பதை வைத்தே நித்தம் சிரிக்கிறான்.

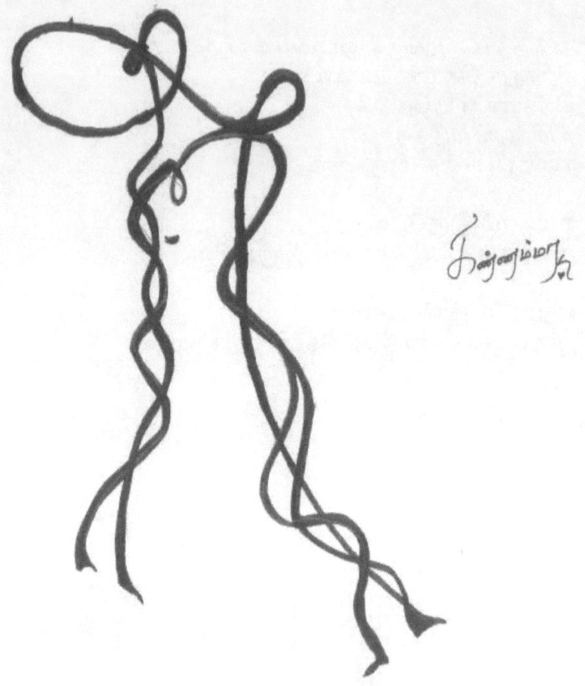

அவன் இல்லா நொடிகளில்...

அலைகள் களைந்த
ஆழ்கடலியின் வெண்மை..

கரைதொட்டுத் தொட்டு செல்லும்
கடலலையின் எச்சில் முத்தம்...

சிவப்பும் மஞ்சளுமாய்
தூரிகை சமைத்த இளம் வானம்...
தூரத்துத் தொடுவானம்...

கரித்த கடல் நீரில்
உல்லாசம் கொள்ளும் உயிரினங்கள்..
பாறைகள் ஊடே
கட்டிக் கலவி கொள்ளும் சிப்பிகள்..

யாவும் இரம்மியமாய்
இதம் சேர்க்க..
கரித்த கடல் நீர் மேலும்
கரிகிறது காரிகையின் கண்ணீரால் ..

நித்தம் நிந்திக்கிறாள்
அவன் இல்லா நொடிகளில்...

குட்டியாய் ஒரு கதறல்

கத்திக் கதறிக் கூப்பாடு போட்டு
கைகளை உதறிக் கொண்டு
குரல் வலையைக் கிழித்து
" ஓ " வென்று அழுகிறாள்..

" டின்டு " என்றால் பொம்மை..
" ங்கா " என்றால் பசி.
" ம்ம்மி " என்றால் அம்மா.
" பட்லா " என்றால் சித்தி
என அவள் உலகில் ஒவ்வொன்றுக்கும்
தனி பெயர் உண்டு.
அவளின் மழலை
மொழியின் ஜொல்லுடன்
சேர்ந்தே வழிந்தது
பச்சை பால் வாசமும்..

புதிது புதிதாய் புதிர்
தீர்ப்பதாய் இருந்தது அனுதினமும்..

இன்றும் புதிரின் கட்டவிழ்க்க

ஆயத்தமானது
அவள் கண்ணீரின்
காரணம் தேடி..

உருண்டு படுத்ததில் தன் தனி சினேகிதியின்
ஒரு கை ஒரு கால் உடைந்து
மல்லாக்க கிடந்த காட்சி..

ஒப்பற்ற உலகின் ஒற்ற சினேகிதிக்கு
வலிக்குமோ என

குட்டியாய் ஒரு கதறல்..

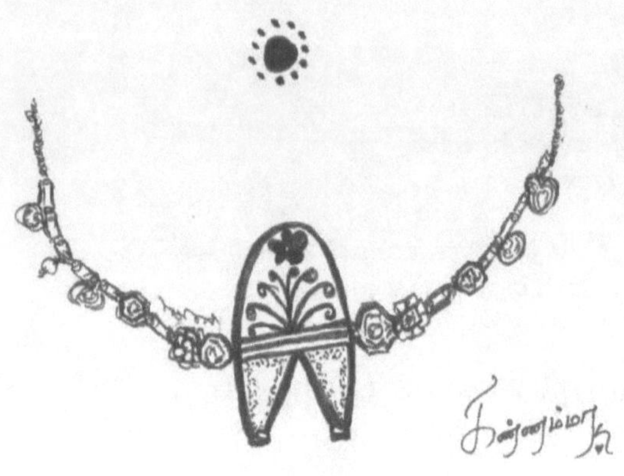

இவளெங்கள் தேவதை

தேவதை யாரெனில்
கேட்பவன் கேட்பவை எல்லாம்
கேள்வி கேட்காமல் தருபவளாயின்
இங்கு எங்கள் தேவதைகள்
மட்டும் கொண்டாடப்படுவதில்லை ஏன் ?

என்ற பெரும் வினாவுடன்..
இவளும் தேவதையாய்..

நாடி பிடித்த மருத்துவச்சியிடம்
தேடிப் பிடித்துக் கேட்ட சேதி
கருவில் உதித்தது ஆணா ? பெண்ணா?

ஆண் என்றால்
அள்ளிக்கொஞ்சி

பெண்ணென்றால்
கள்ளிப்பாலால் குளிப்பாட்டி..

உதிர்த்த உதிரம் உறையும் முன்..
அறுத்த தொப்புள் கொடி காயும் முன்..
காணாமல் போகச் செய்த சிசு.

இரத்தப் பிசுபிசுப்பின் மிச்சத்தில்..
கனத்த முலைக் காம்பின் எச்சத்தில்..
இவளெங்கள் தேவதை !
கொன்றேனும் கொண்டாடுங்கள்
எங்கள் தேவதையை!

விடலை வரைகாடு
மலை ஓடித்திரிந்த
எங்கள் சங்கீதங்கள்
பருவக்கனி பறித்தநாள்
முதலாய் பழுதடைந்த
வீணையாய் மூலையிலே முடக்கத்திலே..

சிறகொடித்த கிளியின் மிச்சமாய்..
கால் ஒடித்த மயிலின் எச்சமாய்..
இவளெங்கள் தேவதை!
சற்று தூசு தட்டிகொண்டாடுங்கள்
எங்கள் தேவதையை!

தாவணியில் இருந்து
சேலைக்கு மாறும்
திருவிழாவாம்..
ஊர்கூட்டிச் சொந்த பந்தம் கூடி
கடாவெட்டிக் கறிச்சோறாம்..

தாவணிக்குள்ளும்
சேலைக்குள்ளும்
பூட்டப்பட்டது மானம் ஆயின்..
புழுதி சேர்க்கப்பட்டது
எங்கள் பெண்மை..

தாவணியில் இருந்து சேலைக்கு
அந்தஸ்து கிடைக்கா அக்காவிற்கு
நீர் வைத்த பெயர்
முதிர் கன்னியாயின்
நான் வைக்கும் பெயர்
இவளெங்கள் தேவதை !

மனம் கனிந்து கொ ண்டாடுங்கள்
எங்கள் தேவதையை!!

சீரும் சிறப்புமாய்
திருமண சந்தையில்
சீவி சிங்காரித்து
அக்னி சாட்சியாய்
கரம் பிடிக்கும்
என் மங்கையவள்
உதிரம் உறைக்கும்
மருமகளாயின்..

தாயாய் எமக்கு
குலம் காக்கும்
இவளெங்கள் தேவதை!
குலச் சாமியாய் பல்லக்கில்
ஏற்றி கொண்டாடுங்கள்
எங்கள் தேவதையை!

பதி இழந்து மஞ்சலிட்ட
மதிமுகம் கருகுதே கருவில்
எட்டு மாத சிசுவுடன்..
பாவை இதயம் மறுத்து
நிற்பவள் விதவையாயின்...
உன் பார்வையில்

அவளுக்கும் சாயம் பூசப்படும்
வெள்ளை தாளில்
சிவப்பு புள்ளியாய்..

அக்கணமும் நாமம் சூட்டுவோம்
இவளெங்கள் தேவதை என்று!

பல தூய வர்ணங்களால்
கொண்டாடுங்கள்
எங்கள் தேவதையை!

பார்வைகள் பலவாயின்
என்பாவைகள் பல பேர் படினும்...
என்றுமே

இறைவனுக்கு நிகரான இறைவியே !!
சிவனுக்கு நிகரான சக்தியே !!
ஆணுக்கு நிகரான பெண்ணே !!
இவனுக்கு நிகரான இவளே !!
இவளே எங்கள் தேவதை!!
இவள் தான்எ ங்கள் தேவதை!!

பள்ளத்தில் மிதக்கும் பால் நிலா

உச்சி வெயில்
உக்கிரம் கொட்டித் தீர்த்த
ஆகாய சூரியனை
காலம் வரும் வரை காத்திருந்து
அடக்கி அடைகளமிட்ட திமிரலில்
சிரித்துக் கொண்டே முளைக்கிறாள்..

இளஞ்சிவப்பு வானத்தில்
விண்மீன் கூட்டத்தின்
மத்தியில் திமிரவுன்..

தனி பயணி யாவரையும்
கைப்பிடித்து கரை சேர்ப்பபவள்...

அர்த்தமுள்ள தினங்களில்
அர்த்தமற்ற உணர்வுகளால் சிதைந்து
அனாதையாகும் நிமிடங்களில்
மடி தந்து மயக்குபவள்..

ஆகச்சிறந்த கவிஞர்களுக்கு
முதல் வரியானவள்..

தாரகை தாளத்தில்
உலகின் வண்ணம் குழைத்து
தூரிகை ஓவியம் தீட்டியவள்..

கனமழையால் கரைந்து போகிறாள்.
அங்கலாய்த்து அந்நாந்து தேடுகையில்
ஏளனமாக சிரிக்கிறாள்.

அடித்துப் பெய்த அடை மழையில்
தேங்கி நின்ற பள்ளத்து நீரில்
மிதந்து கொண்டு..

பள்ளத்தில் மிதக்கும் பால்நிலா.

தமிழ்விடு தூது

விம்மிய விண்மீன்களின்
விடைதெரியா ரகசியங்கள்..

மார்கழி மாத பனிதுளிகள்
கவிதைகளாய் தனிமையில்
தெருக்களில் சிதறிவிட..

நுனிபனியாவும்,
அவள் விரல் மட்டும் முத்தமிட்டு
சத்தமின்றி உடைகின்றன
மஞ்சள் பூசணிப் பூக்களில்
கருங்கலில் அவள் இட்ட
கிறுக்கலில் தெருவெங்கும்...

கிறுக்கலில் கிறங்கிய
யௌவன மீசை துடிக்க
கண்களால் விட்டது தமிழ்விடுதூது..

காலத்தின் கோலங்களில் கலையாமல்
பார்த்து பார்த்துவிட்டுச் சென்றது
பாதச் சுவடுகள் மட்டுமா
சற்று காதலின் சுவடும் தான்..

வண்ண மா கோலங்களில்
சிதறியது அவளின் நாணமும்,
அவன் தூவி சென்ற காதலும்..

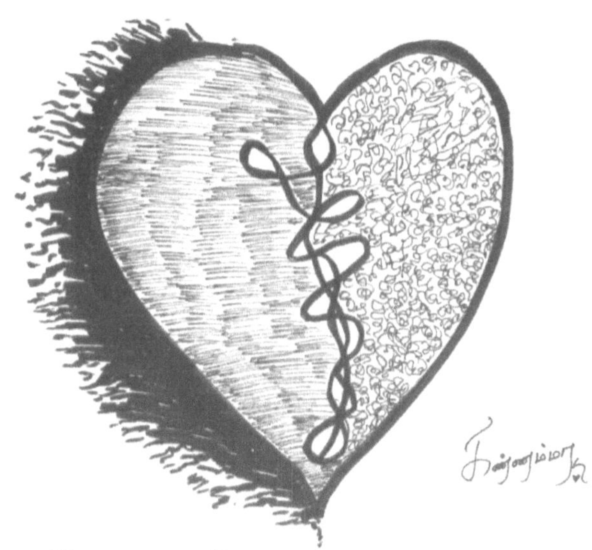

கூறுபோட்ட அன்பு

ஒப்பந்தங்களின் பேரில்
ஒய்யாரமாய் சுமக்கப்படுகின்றன
சுய நலன் அன்பு ..

காதல் எனும் போர்வையில் சிலநேரங்களில்..
நட்பு எனும் போர்வையில் சில நேரங்களில்..

தேவைகள் தீர்ந்த பின்
பாரபட்சமின்றி உடைக்கப்படுகின்ற
கொல்லிப் பானைகளில்
சாட்சியாக்கப்படாத நினைவின் வலிகள்..

சிதறிய நினைவின் திண்டுகளில்
ஏளனமாய் சிரிக்கிறது கூறு போட்டு

உனக்காக நான்..
எனக்காக நீ ...

என பரிமாறிய
அன்பு...

நிசப்தமான நிமிடங்கள்

கட்டமும் அல்லாமல்
வட்டமும் அல்லாமல்
நெளிவு சுளிவான
ஆலாபனை அறை..

ஒருக்களித்து படுத்தே
கழிந்தன பல இரவுகள்..

முழங்கையும் முட்டிக்காலும்
உரசி உரசி இட்டு கொண்டே
இருந்தது முத்தம்..

முத்தத்திற்கும் சத்தத்திற்கும்
முகவரி அளித்த
உயிர்ப்பான அனுதினங்கள்..

அடர்கருப்பு இரவின்
பாதுகாப்பில் சிவப்புக் குருதியில்
கொப்பளித்த நிமிடங்கள்..

உணர்வுகளை உள்வாங்கி
தாபத்தில் தனதாக்கிய தவிப்புகள்..

திரவவிரயத்தில் கோடி விந்தில்
ஓடி வந்து கற்ப
கருவறையில் உயிர்பித்த

நிசப்தமான நிமிடங்கள்.